Impressum
Verlag: BABADADA GmbH, Nedderfeld 112 , 22529 Hamburg
Geschäftsführer / Verlagsleitung: Harald Hof
Druck: Books on Demand GmbH, In de Tarpen 42, 22848 Norderstedt

Imprint
Publisher: BABADADA GmbH, Nedderfeld 112 , 22529 Hamburg, Germany
Managing Director / Publishing direction: Harald Hof
Print: Books on Demand GmbH, In de Tarpen 42, 22848 Norderstedt, Germany

skola

ትምህርት ቤት

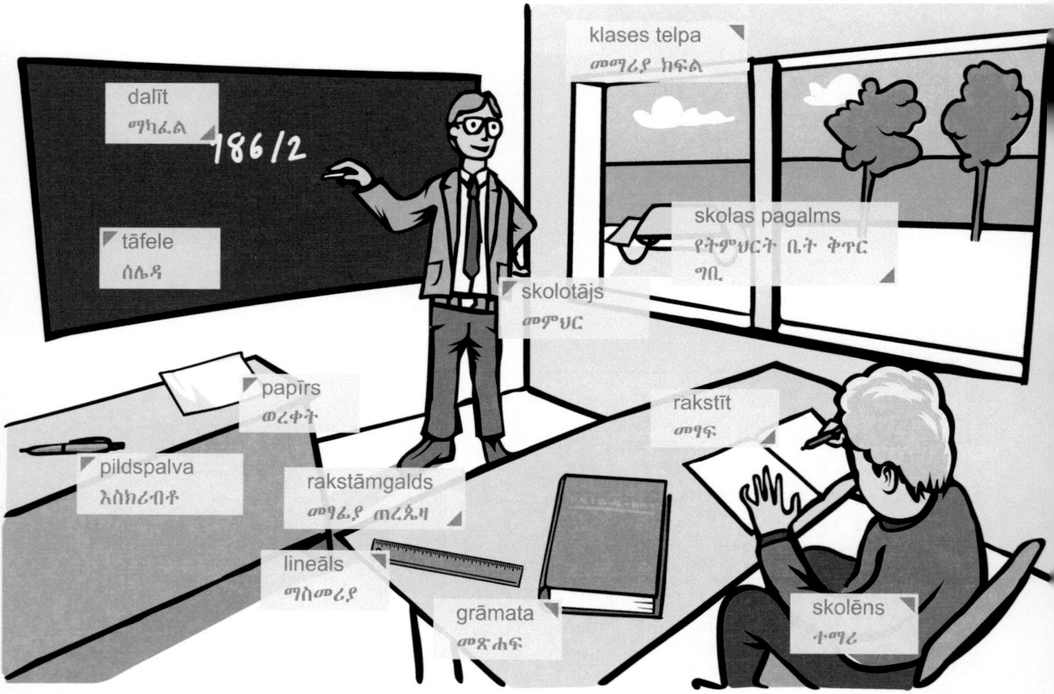
klases telpa
መማሪያ ክፍል
dalīt
ማካፈል
186/2
tāfele
ሰሌዳ
skolas pagalms
የትምህርት ቤት ቅጥር ግቢ
skolotājs
መምህር
papīrs
ወረቀት
rakstīt
መፃፍ
pildspalva
እስክሪብቶ
rakstāmgalds
መፃፊያ ጠረጴዛ
lineāls
ማስመሪያ
grāmata
መጽሐፍ
skolēns
ተማሪ

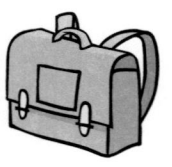

skolas soma

የጀርባ ቦርሳ

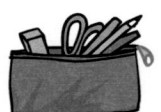

penālis

የእርሳስ መያዣ

zīmulis

እርሳስ

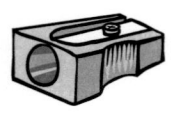

zīmuļu asināmais

የእርሳስ መቅረጫ

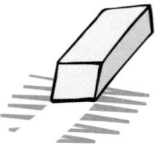

dzēšgumija

ላጲስ

zīmēšanas bloks

የስዕል ደብተር

zīmējums

ስዕል

ota

የቀለም ብሩሽ

krāsas

የቀለም ሳጥን

šķēres

መቀስ

līme

ማጣበቂያ

darba burtnīca

መልመጃ ደብተር

mājas darbs

የቤት ስራ

skaitlis

ቁጥር

saskaitīt

መደመር

atņemt

መቀነስ

reizināt

ማባዛት

rēķināt

ቁጥሮችን ማስላት

burts

ደብዳቤ

alfabēts

ፊደላት

vārds

ቃል

teksts

ፅሑፍ

lasīt

ማንበብ

krīts

ጠመኔ

mācību stunda

ትምህርት

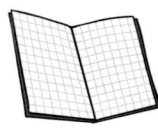

žurnāls

ምዝገባ

eksāmens

ፈተና

liecība

ሰርተፊኬት

skolas forma

የትምህርት ቤት የደንብ ልብስ

izglītība

ትምህርት

enciklopēdija

አዉደ ጥበብ

universitāte

ዩኒቨርስቲ

mikroskops

የምርምር አጉሊ መሳርያ

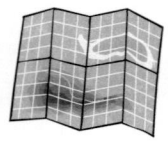

karte

ካርታ

papīrgrozs

የቆሻሻ ወረቀት መጣያ ቅርጫት

viesnīca
ሆቴል
hostelis
ማረፊያ ቤት
valūtas maiņas punkts
የዉጭ ገንዘብ ምንዛሪ ቢሮ
čemodāns
ልብስ መያዣ
ሻንጣ
automašīna
መኪና

Valoda

ቋንቋ

jā / nē

አዎ/ አይደለም

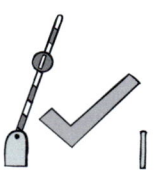

Okay

እሺ

Sveiki!

ሰላም

tulks

አስተርጓሚ

paldies

አመሰግናለሁ

Cik maksā...?

ስንት ነዉ.......?

Es nesaprotu

አልገባኝም

problēma

እክል

Labvakar!

እንደምን አመሹ!

Labrīt!

እንደምን አደሩ!

Ar labu nakti!

መልካም ምሽት!

Uz redzēšanos

ደህና ይሰንብቱ

virziens

አቅጣጫ

bagāža

ሻንጣ

soma

ቦርሳ

mugursoma

የጀርባ ቦርሳ

viesis

እንግዳ

istaba

ክፍል

guļammaiss

የመተኛ ቦርሳ

telts

ድንኳን

tūrisma informācija

የጎብኚዎች መረጃ

pludmale

የባህር ዳርቻ

kredītkarte

ክሬዲት ካርድ

brokastis

ቁርስ

pusdienas

ምሳ

vakariņas

እራት

biļete

ቲኬት

lifts

አሳንሰር

pastmarka

ማህተም

robeža

ድንበር

muita

ባህሎች

vēstniecība

ኤምባሲ

vīza

ቪዛ/የይለፍ ወረቀት

pase

ፓስፖርት

transports

መጓጓዣ

lidmašīna
አዉሮፕላን

kuģis
መርከብ

ugunsdzēsēju mašīna
የእሳት አደጋ መኪና

autobuss
አዉቶብስ

kravas automašīna
የጭነት መኪና

motorlaiva
የሞተር ጀልባ

velosipēds
ብስክሌት

automašīna
መኪና

prāmis

የማመላለሻ ጀልባ

laiva

ጀልባ

motocikls

የሞተር ብስክሌት

policijas automašīna

የፖሊስ መኪና

sacīkšu automobilis

የዉድድር መኪና

nomas auto

የኪራይ መኪና

auto koplietošana

የመኪና መጋራት

evakuators

ጎታች መኪና

atkritumu mašīna

የቆሻሻ ጭነት መኪና

dzinējs

ሞተር

benzīns

ነዳጅ

degvielas uzpildes stacija

የቤንዚን ማደያ

ceļa zīme

የመንገድ ምልክት

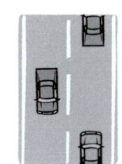

satiksme

የመኪኖች እንቅስቃሴ

sastrēgums

የመኪና መጨናነቅ

stāvvieta

የመኪና ማቆሚያ

dzelzceļa stacija

የባቡር ጣቢያ

sliedes

የባቡር ሀዲዶች

vilciens

ባቡር

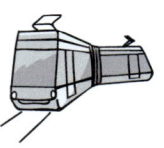

tramvajs

የኤሌክትሪክ ባቡር

vagons

ሰረገላ

helikopters

ሄሊኮፕተር

lidosta

አየር ማረፊያ

tornis

ማማ

pasažieris

መንገደኛ

konteiners

ማስቀመጫ፤ ማጠራቀሚያ

kaste

ካርቶን እቃ ማሸጊያ

ratiņi

ጋሪ፤ ተሳቢ

grozs

ቅርጫት

pacelties / nosēsties

መነሳት/ ማረፍ

pilsēta

ከተማ

ciems

መንደር

pilsētas centrs

የከተማ ማዕከል

māja

ቤት

kinoteātris
ሲኒማ
reklāma
ማስታወቂያ
laterna
የመንገድ ዳር መብራት
iela
መንገድ
taksometrs
ታክሲ
kiosks
የቁርስ መቆያ ሱቅ
gājējs
እግረኛ
trotuārs
ድንጋይ የተነጠፈበት የእግረኛ መንገድ
gājēju pāreja
የእግረኛ መሻገሪያ
atkritumu tvertne
የቆሻሻ ማጠራቀሚያ
krustojums
ማቋረጫ
luksofors
የትራፊክ መብራቶች

būda

ጎጆ

dzīvoklis

አፓርታማ

dzelzceļa stacija

የባቡር ጣቢያ

rātsnams

የከተማ አዳራሽ

muzejs

ቤተ መዘክር

skola

ትምህርት ቤት

universitāte

ዩኒቨርስቲ

banka

ባንክ

slimnīca

ሆስፒታል

viesnīca

ሆቴል

aptieka

መድሐኒት ቤት

birojs

ቢሮ

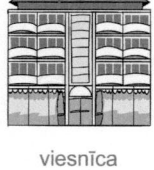

grāmatnīca

መፅሐፍ መሸጫ

veikals

ሱቅ

ziedu veikals

የአበባ መሸጫ

lielveikals

የሸቀጣ ሸቀጥ መደብር

tirgus

ገበያ ስፍራ

tirdzniecības centrs

መደብር

zivju tirgotājs

የዓሳ ነጋዴ

tirdzniecības centrs

የገበያ ማዕከል

osta

ወደብ

parks

መናፈሻ ቦታ

sols

አግዳሚ ወንበር

tilts

ድልድይ

kāpnes

ደረጃዎች

metro

ዉስጥ ለዉስጥ

tunelis

ዋሻ

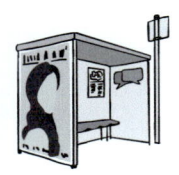

autobusa pieturvieta

የአዉቶቡስ ፌርማታ

bārs

ባር

restorāns

ምግብ ቤት

pastkastīte

የፖስታ ሳጥን

ielas nosaukuma plāksne

የመንገድ ምልክት

stāvlaika skaitītājs

የመኪና ማቆሚያ ሒሳብ የሚያሰላ ማሽን

zooloģiskais dārzs

የደር እንስሳት ማቆያ

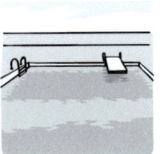

peldbaseins

የመዋኛ ገንዳ

mošeja

መስጊድ

zemnieku saimniecība

እርሻ

vides piesārņojums

የሚበክል ነገር

kapsēta

መቃብር ስፍራ

baznīca

ቤተ ክርስቲያን

spēļu laukums

መጫወቻ ሜዳ

templis

ቤተ መቅደስ

ainava

መልከዓምድር

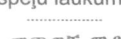

lapa
ቅጠል

ceļrādis
የመንገድ ላይ
ምልክት

ceļš
መንገድ

pļava
አረንጓዴ መስክ

akmens
ድንጋይ

koks
ዛፍ

ceļotājs
በእግሩ የሚጓዝ

upe
ወንዝ

zāle
ሳር

puķe
አበባ

ieleja

ሸለቆ

kalns

ኮረብታ

ezers

ሀይቅ

mežs

ጫካ

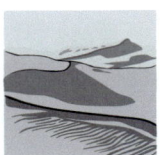

tuksnesis

በረሃ

vulkāns

እሳተ ገሞራ

pils

ግምብ

varavīksne

ቀስተ ዳመና

sēne

እንጉዳይ

palma

የቴምብር ዛፍ/ ዘንባባ

moskīts

ቢንቢ/ የወባ ትንኝ

muša

በራሪ

skudra

ጉንዳን

bite

ንብ

zirneklis

ሸረሪት

vabole

ጢንዚዛ

varde

እንቁራሪት

vāvere

ሽኮኮ

ezis

ጃርት

zaķis

ጥንቸል

pūce

ጉጉት ወፍ

putns

ወፍ

gulbis

የዉሃ ዳክዬ

meža cūka

ከርከሮ

briedis

አጋዘን

alnis

አጋዘን

aizsprosts

ግድብ

vēja ģenerators

በነፋስ የሚሽከረከር

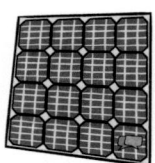

saules baterija

የፀሀይ ፓኔሎ

klimats

አየር ንብረት

restorāns
ምግብ ቤት

viesmīlis
አስተናጋጅ
ēdienkarte
ማዉጫ
krēsls
ወንበር
zupa
ሾርባ
pica
ፒዛ
galdauts
የጠረጴዛ ጨርቅ
galda piederumi
መክተፊያ

uzkoda

የምግብ ፍላጎትን የሚከፍት ምግብ

pamatēdiens

ዋና ምግብ

deserts

ማጣጣሚያ ተከታይ ምግብ

dzērieni

መጠጦች

ēdiens

ምግብ

pudele

ጠርሙስ

ātrās uzkodas

ፈጣን ምግብ

ielu uzkodas

የመንገድ ምግብ

tējkanna

የሻይ ማንቆርቆሪያ

cukurtrauks

የስኳር እቃ

porcija

ድርሻ

espresso kafijas automāts

የቡና ማፊያ ማሽን

bāra krēsls

ባለጌ ወንበር

rēķins

የክፍያ ደረሰኝ

paplāte

ትሪ

nazis

ቢላዋ

dakša

ሹካ

karote

ማንኪያ

tējkarote

የሻይ ማንኪያ

salvete

ልብስ ምግብ እንዳይነካ የሚረዳ
ጨርቅ

glāze

ብርጭቆ

šķīvis

ዝርግ ሰሀን

zupas šķīvis

የሾርባ ጎድጓዳ ሰሀን

apakštase

የስኒ ማስቀመጫ

mērce

ማጣፈጫ ስጎ

sāls trauciņš

የጨዉ እቃ

piparu dzirnaviņas

የተፈጨ ቃሪያ

etiķis

ኮምጣጤ

eļļa

የምግብ ዘይት

garšvielas

ቀመማ ቅመሞች

kečups

የቲማቲም ድልህ

sinepes

ሰናፍጭ

majonēze

ማዮኒዝ

lielveikals

የሸቀጣ ሸቀጥ መደብር

piedāvājums
ልዩ አቅራቦት
FOR
klients
ደምበኛ
piena produkti
የወተት ተዋፅዖ
augļi
ፍራፍሬ
iepirkumu ratiņi
ባለ ጎማ የእጅ ጋሪ

kautuve

ሉካንዳ ነጋዴ

maizes veikals

መጋገርያ

svērt

ክብደት መመዘን

dārzeņi

ቅጠላ ቅጠል አትክልት

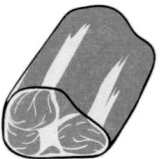

gaļa

ስጋ

saldēti produkti

የቀዘቀዘ/የረጋ ምግብ

aukstās gaļas uzkodas

ቀዝቃዛ ቁራጭ

konservi

የታሸገ ምግብ

pulveris

የማጠቢያ ዱቄት

saldumi

ጣፋጮች

mājsaimniecības preces

የቤት ዉስጥ ዉጤቶች

tīrīšanas līdzeklis

የፅዳት ምርቶች

pārdevēja

የሽያጭ ባለሙያ

kase

የገንዘብ መመዝቢያ ማሽን

kasieris

የሒሳብ ሰራተኛ

iepirkumu saraksts

የግዢ ዝርዝር

darba laiks

ክፍት ሰዓታት

maks

የኪስ ቦርሳ

kredītkarte

ክሬዲት ካርድ

soma

ቦርሳ

maisiņš

የፕላስቲክ ቦርሳ

dzērieni

መጠጦች

ūdens

ውሃ

sula

ጭማቂ

piens

ወተት

kola

ኮካ-ኮላ

vīns

ወይን

alus

ቢራ

alkohols

አልኮል

kakao

ኮካ

tēja

ሻይ

kafija

ቡና

espresso

የተፈላ ቡና

kapučīno

ካፑቺኖ

ēdiens

ምግብ

banāns

ሙዝ

ābols

ፖም

apelsīns

ብርቱካን

melone

ሀብሀብ

citrons

ሎሚ

burkāns

ካሮት

ķiploks

ነጭ ሽንኩርት

bambuss

ሸምበቆ

sīpols

ቀይ ሽንኩርት

sēne

እንጉዳይ

rieksti

ለዉዝ

makaroni

የህፃናት ምግብ

spageti

ፓስታ

rīsi

ሩዝ

salāti

ሰላጣ

frī kartupeļi

የድንች ጥብስ

cepti kartupeļi

ድንች ጥብስ

pica

ፒዛ

hamburgers

ዳቦ ዉስጥ በስሱ ተጠብሶ የገባ ስ ጋ

sviestmaize

ሳንድዊች

šnicele

ጥሬ ስጋ

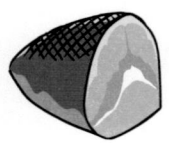

šķiņķis

የአሳማ ስጋ

salami

በቅመምና በጨዉ የታሸ ምግብ ቀዝቅዞ የሚበላ ሾርባ ምግብ

desa

ቋሊማ

vista

ዶሮ

cepetis

ጥብስ

zivs

አሳ

auzu pārslas

የአጃ ገንፎ

muslis

ከወተት ጋር ተደባልቀዉ የሚበሉ ምግቦች

brokastu pārslas

የበቆሎ ቅርፊት

milti

ዱቄት

radziņš

ኩራሳ

brokastu maizītes

ድብልብል ዳቦ

maize

ዳቦ

tostermaize

መጥበስ

cepumi

ብስኩት

sviests

ቅቤ

biezpiens

እርጎ

kūka

ኬክ

ola

እንቁላል

cepta ola

እንቁላል ጥብስ

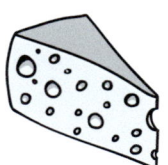

siers

አይብ

saldējums

የበረዶ ክሬም

cukurs

ስኳር

medus

ማር

marmelāde

ማርማላት

riekstu krēms

የተናጠ የወተት ክሬም

karijs

ማጣፈጫ

zemnieka māja
የገበሬ ቤት

salmu rullis
የጭድ ክምር

šķūnis
የእህልና የከብት ማቀመጫ
ቤት

lauks
ሜዳ

zirgs
ፈረስ

piekabe
ተሳቢ መኪና

kumeļš
የፈረስ ዉርንጭላ

traktors
የእርሻ መኪና

ēzelis
አህያ

aita
በግ

jērs
የበግ ጠቦት

kaza

ፍየል

govs

ላም

teļš

ጥጃ

cūka

አሳማ

sivēns

ግልገል አሳማ

bullis

ኮርማ

zoss

ዝይ

pīle

ዳክዬ

cālis

የዶሮ ጫጩት

vista

ዶሮ

gailis

አዉራ ዶሮ

žurka

አይጥ

kaķis

ደድመት

pele

አይጥ

vērsis

በሬ

suns

ዉሻ

suņa būda

የዉሻ ቤት

dārza šļūtene

የአትክልት ቦታ

lejkanna

ዉሃ ማጠጫ ባልዲ

izkapts

ረጅም ማጭድ

arkls

ማረሻ

sirpis

ማጭድ

kaplis

መኮትኮቻ

mēslu dakša

የእህል መንሽ

cirvis

መጥረቢያ

ķerra

ኩርኩር/ የእጅ ጋሪ

sile

ገንዳ

piena kanna

የወተት ዕቃ

maiss

ጆንያ ከረጢት

žogs

አጥር

kūts

የፈረስ ጋጣ

siltumnīca

ዕፅዋት ማሳደጊያ የመስታዉት
ቤት

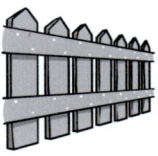

augsne

አፈር

sēklas

ዘር

mēslojums

የመሬት ማዳበሪያ

kombains

ጥምር ማረሻ

novākt ražu

አዝመራ መሰብሰብ

raža

አዝመራ

jamss

ድንች

kvieši

ስንዴ

soja

ሶያ

kartupelis

ድንች

kukurūza

በቆሎ

rapsis

የከብት መኖ

augļu koks

የፍሬ ዛፍ

manioka

የካሳቫ ዛፍ

labība

እህል

ቤት

skurstenis
የጪስ ማዉጫ
jumts
ጣራ
lietus noteka
logs
መስኮት
garāža
ጋራዥ
durvju zvans
የበር ደወል
durvis
በር
atkritumu spainis
የቆሻሻ ማጠራቀሚያ
pastkastīte
ፖስታ ሳጥን
dārzs
የአትክልት ቦታ

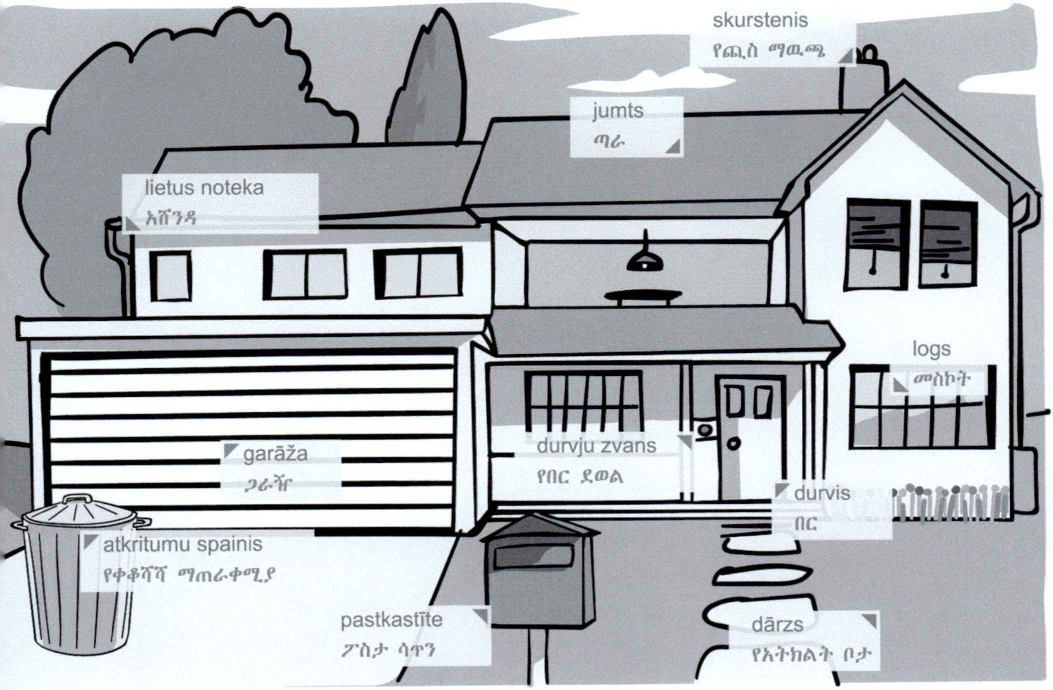

viesistaba

ሳሎን

vannas istaba

መታጠቢያ ቤት

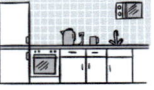

virtuve

ማድቤት

guļamistaba

መኝታ ቤት

bērnu istaba

የልጅ ክፍል

ēdamistaba

መመገቢያ ክፍል

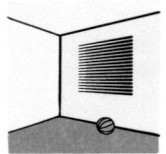

grīda

ወለል

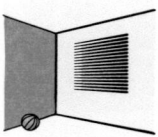

siena

ግድግዳ

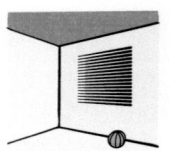

griesti

ጣሪያ

pagrabs

ምድር ቤት

sauna

በእንፋሎት ሙቀት መታጠቢያ ቤት

balkons

ሰገነት

terase

ከፍ ያለ መደብ

baseins

የመዋኛ ገንዳ

zāles pļāvējs

የማጨጃ መኪና

gultas veļa

አንሶላ

sega

የአልጋ ልብስ

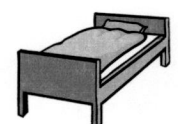

gulta

አልጋ

slota

መጥረጊያ

spainis

ባልዲ

slēdzis

ማብሪያና ማጥፊያ

viesistaba

ሳሎን

tapetes
የግድግዳ ወረቀት
attēls
ፎቶ
lampa
መብራት
plaukts
መደርደሪያ
skapis
ቁም ሳጥን፤ ካቢኔ
televizors
ቴሌቭዥን
kamīns
የእሳት መሞቂያ
puķe
አበባ
spilvens
ትራስ
dīvāns
ሶፋ
vāze
የአበባ ማስቀመጫ
tālvadības pults
ሪሞት ኮንትሮል

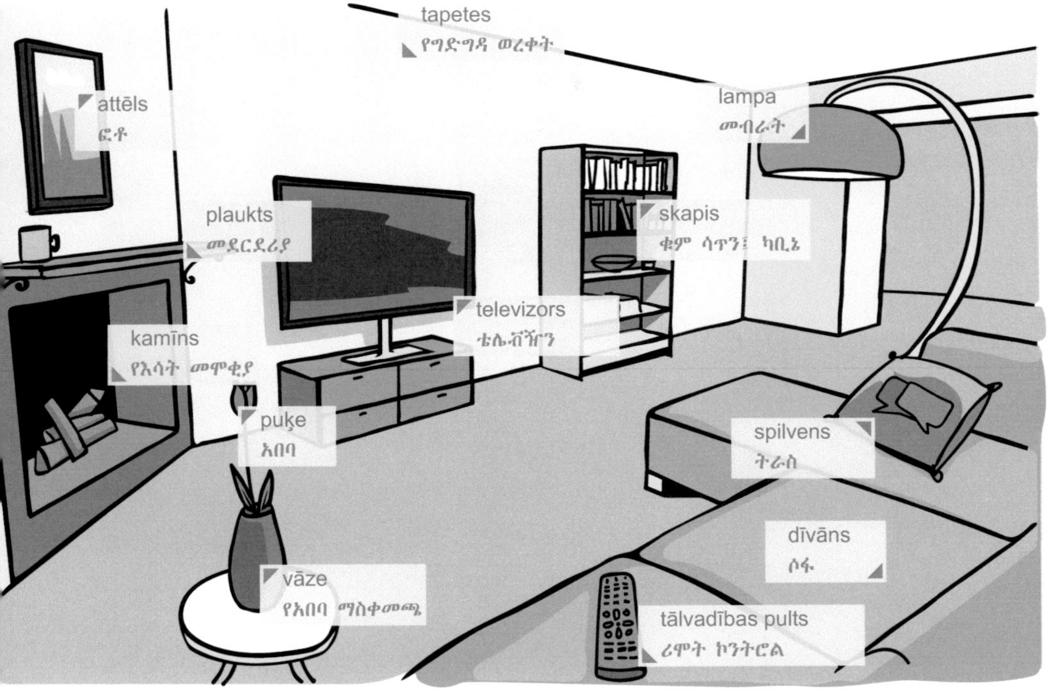

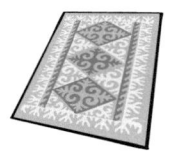

paklājs

ንጣፍ

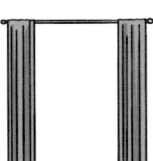

aizkars

መጋረጃ

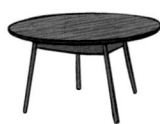

galds

ጠረጴዛ

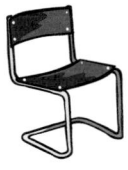

krēsls

ወንበር

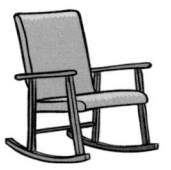

šūpuļkrēsls

ተወዛዋዥ ወንበር

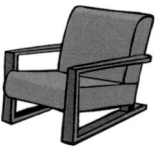

atpūtas krēsls

ባለመደገፊያ ወንበር

grāmata

መጽሐፍ

sega

ብርድ ልብስ

dekorācija

ጌጥ

malka

ማገዶ

filma

ፊልም

mūzikas centrs

የሙዚቃ መማጫወቻ

atslēga

ቁልፍ

avīze

ጋዜጣ

glezna

ስዕል

plakāts

የተለጠፈ ማስታወቂያ እንደ ስዕል

radio

ራዲዮ

pierakstu blociņš

ማስታወሻ ደብተር

putekļu sūcējs

የአየር ማፅጃ ለምንጣፍ

kaktuss

ቁልቋል

svece

ሻማ

virtuve

ማድቤት

ledusskapis
ማቀዝቀዣ
mikroviļņu krāsns
ማይክሮዌቭ ምግብ ማብሰያ
virtuves svari
የኩሽና መመዘኛ ሚዛን
tosteris
ዳቦ መጥበሻ
tīrīšanas līdzekļi
ንፁህ ማድረጊያ
cepeškrāsns
ምድጃ
saldēšanas kamera
ማቀዝቀዣ
atkritumu spainis
የቆሻሻ ማጠራቀሚያ
trauku mazgājamā mašīna
እቃ ማጠቢያ

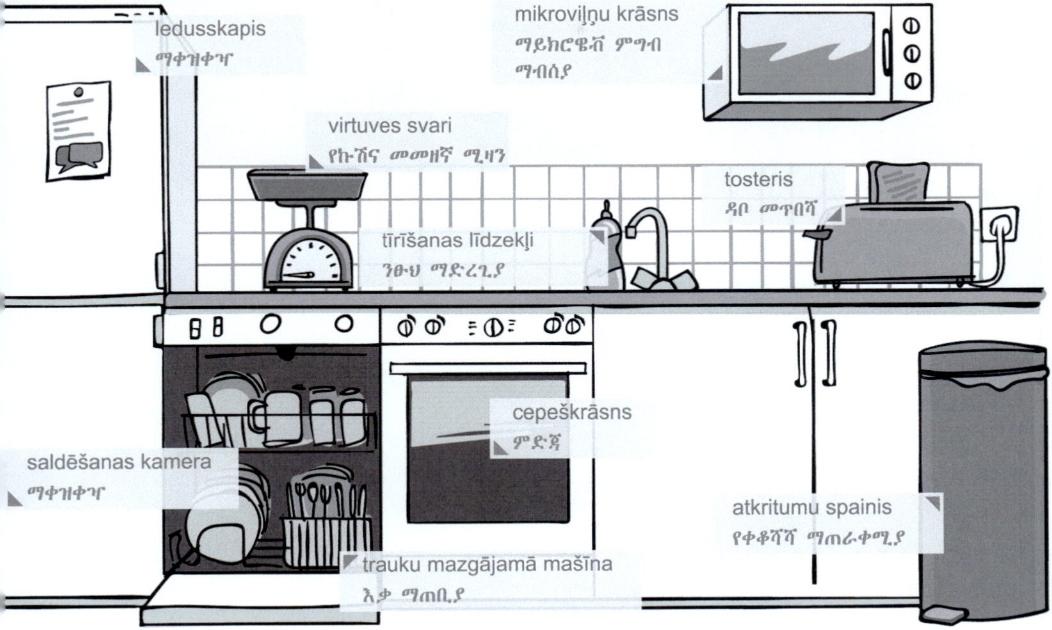

plīts
....
ምግብ አብሳይ

pods
....
ማሰሮ

katls
....
የብረት ማሰሮ

Wok panna
....
ምግብ ማብሰያ ዝርግ ድስት

panna
....
የምግብ መጥበሻ

elektriskā tējkanna
....
ማንቆርቆሪያ

virtuve - ማድቤት

tvaika katls

የእንፋሎት ማብሰያ

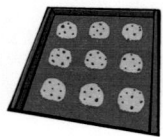

cepešpanna

የመጋገሪያ ትሪ

trauki

ሰብስቦች

krūze

ትልቅ ኩባያ

bļoda

ጎድጓዳ ሳህን

irbulīši

ቾፕስቲክስ

kauss

ጭልፋ

lāpstiņa

መሰቅሰቂያ ዝርግ ማንኪያ

putošanas slotiņa

ማደባለቂያ

sietiņš

መወጠሪያ

siets

ወንፊት

rīve

መፈርፈሪያ መሳሪያ

piesta

ሲሚንቶ

grilēt

የፍም ጥብስ

atklāts pavards

የተለቀቀ እሳት

dēlis

መክተፊያ

mīklas rullis

ተንሸራታች መርፌ

korķu viļķis

የጠርሙስ መክፈቻ

bundža

ጣሳ

konservu nazis

የጣሳ መክፈቻ

virtuves cimdi

የማሰሮ መሸፈኛ

izlietne

ሳህን ማጠቢያ

birste

ብሩሽ

sūklis

ስፖንጅ

mikseris

መደባለቂያ መሳሪያ

saldētava

በጣም ማቀዝቀዣ

bērna pudelīte

ጡጦ

ūdenskrāns

ቧንቧ

vannas istaba

መታጠቢያ ቤት

dvielis
ፎጣ
duša
መታጠቢያ
dušas aizkari
የመታጠቢያ ቤት መጋረጃ
vannas putas
የአረፋ መታጠቢያ
vanna
የመታጠቢያ ገንዳ
glāze
ብርጭቆ
veļas mašīna
የልብስ ማጠቢያ
ūdenskrāns
ቧንቧ
flīzes
ማዕዘን ወለል
podiņš
ፖፖ
izlietne
ሳህን ማጠቢያ

tualetes pods

ሽንት ቤት

Āzijas tipa tualete

የሽንት ቤት መቀመጫ

bidē

ሳፋ

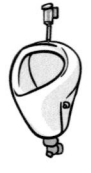

pisuārs

የመንገድ ዳር መሽኛ

tualetes papīs

የሽንት ቤት ወረቀት

tualetes birste

የሽንት ቤት ማፅጃ ብሩሽ

zobu birste

የጥርስ ብሩሽ

zobu pasta

የጥርስ ሳሙና

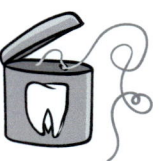

zobu diegs

የጥርስ ማፅጃ ክር

mazgāt

መታጠብ

rokas duša

የእጅ መታጠቢያ

duša

መታጠቢያ

bļoda

ጎድጓዳ ሳህን

muguras mazgāšanas birste

የጀርባ ብሩሽ

ziepes

ሳሙና

dušas želeja

መታጠቢያ የሚዝለገለግ ሳሙና

šampūns

የፀጉር መታጠቢያ ሳሙና

mazgāšanas drāna

ለስላሳ ጨርቅ

noteka

ፍሳሽ

krēms

ክሬም

dezodorants

ጠረን መቀየሪያ ንጥረ ነገር

spogulis

መስታወት

spogulītis

የእጅ መስታወት

skuveklis

ምላጭ

skūšanās putas

የመላጫ አረፋ

losjons pēc skūšanās

ከመላጨት በኋላ የሚቀባ ሽቱ

ķemme

ማበጠሪያ

matu suka

ብሩሽ

matu fēns

የፀጉር ማድረቂያ

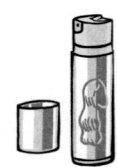

matu laka

በፀጉር ላይ የሚነፋ

grima komplekts

የፊት መቀባቢያ

lūpu krāsa

የከንፈር ቀለም

nagulaka

የጥፍር ቀለም

vate

የጥጥ ሱፍ

šķērītes

ጥፍር መቁረጫ

smaržas

ሽቶ

kosmētikas maks

ማጠቢያ ባልዲ

ķeblītis

መቀመጫ

svari

ሚዛን

halāts

የመታጠቢያ ልብስ

tīrīšanas cimdi

የላስቲክ ጓንት

tampons

ሞዴስ

pakete

የፅዳት ፎጣ

ķīmiskā tualete

የሽንት ቤት ኬሚካል

bērnu istaba

የልጅ ክፍል

modinātājs
የማንቂያ ደዉል ሰዐት
mīkstā rotaļlieta
የህፃን አሻንጉሊት
spēļu automašīna
የመጫወቻ መኪና
grabulis
ማንገጫገጫ መጫወቻ
leļļu māja
የአሻንጉሊት ቤት
dāvana
ስጦታ

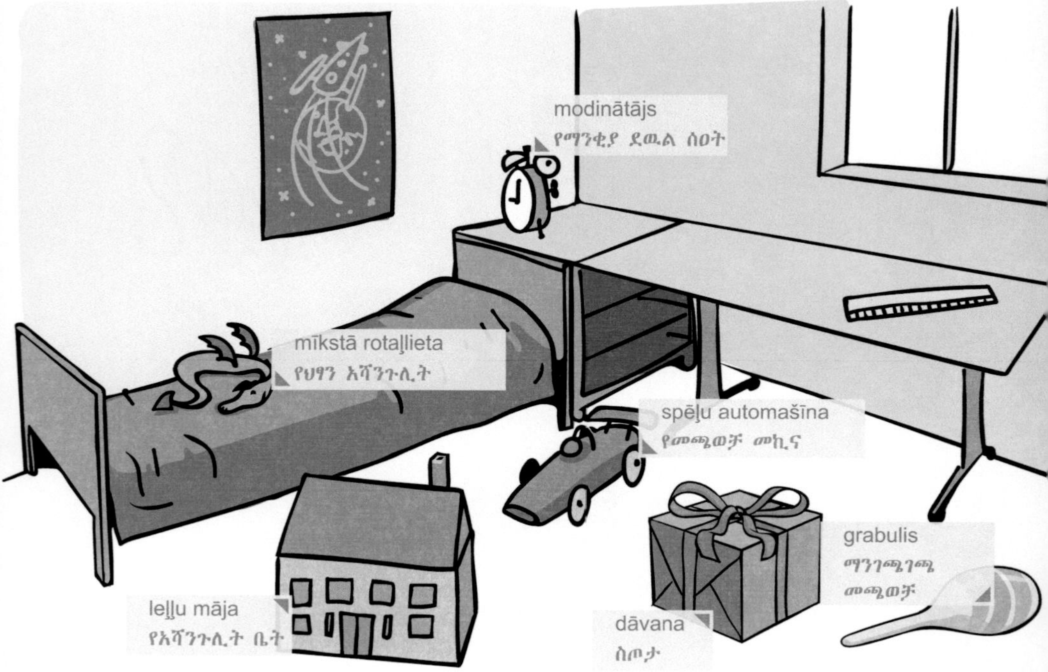

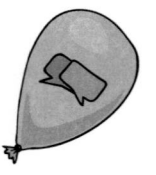

balons

ፊኛ

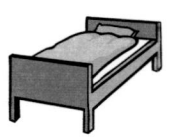

gulta

አልጋ

bērnu ratiņi

የህፃን ማንሸራሸሪያ ጋሪ

kārtis

የካርታ መጫወቻ

puzle

ቁርጥራጭ ምስሎችን የማገጣጠም እና ምስል የማግኘት ጨዋታ

komikss

አዝናኝ

LEGO klucīši

ተገጣጣሚ መጫወቻ

klucīši

የመጫወቻ መገጣጠሚያዎች

varoņu figūra

የድርጊት ምስል

rāpulītis

የህፃን እድገት

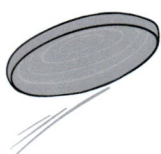

lidojošais šķīvītis

የፕላስቲክ መጫወቻ ዝርግ ሰሀን

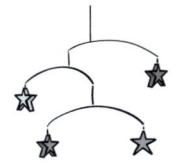

muzikālais karuselis

ተወዛዋዥ የህፃን ማጫወቻ

galda spēle

የሰሌዳ ጨዋታ

metamais kauliņš

የመጫወቻ ጠጠር

rotaļu dzelzceļš

የመጫወቻ ባቡር

māneklis

የእንጀራ እናት ጡጦ

ballīte

ድግስ

bilžu grāmata

የስዕል መፅሀፍ

bumba

ኳስ

lelle

አሻንጉሊት

spēlēt

መጫወት

smilšu kaste

የአሸዋ መጫወቻ

šūpoles

ዥዋዥዌ

rotaļlietas

መጫወቻዎች

spēļu konsole

የቪዲዮ መጫወቻ

trīsritenis

ባለ ሶስት ጎማ ብስክሌት

plīša lācītis

የአሻንጉሊት ድብ

drēbju skapis

ቁምሳጥን

apģērbs

አልባሳት

īszeķes

ካልሲዎች

zeķes

ስቶኪንጎች

zeķbikses

ታይት

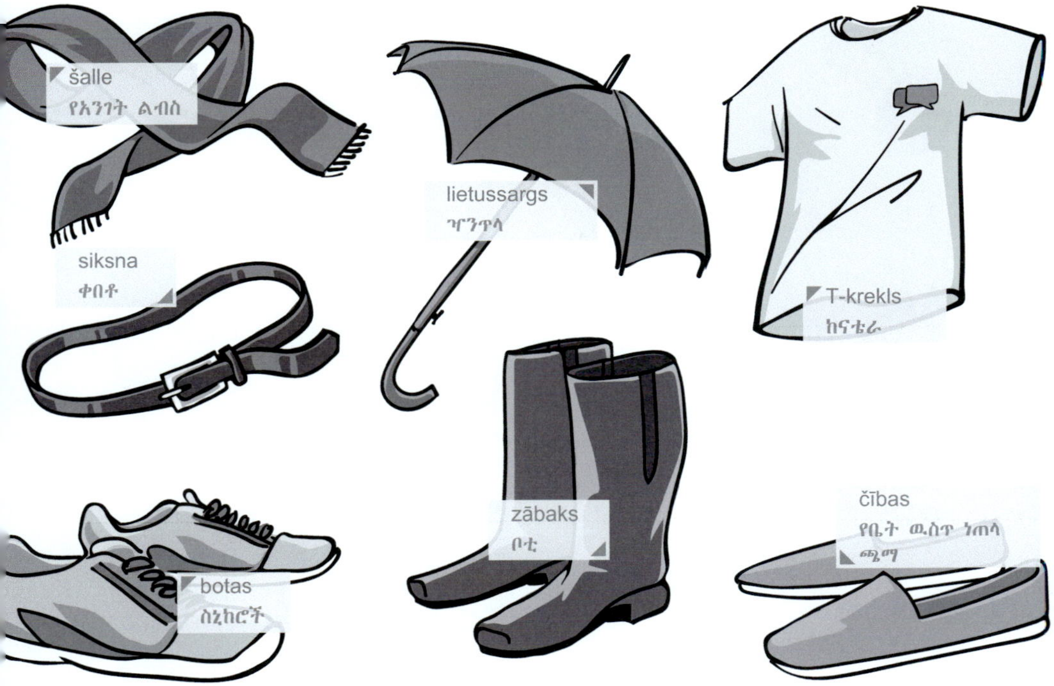

šalle
የአንገት ልብስ

lietussargs
ግንጦላ

T-krekls
ከናቴራ

siksna
ቀበቶ

zābaks
ቡቲ

čības
የቤት ዉስጥ ነጠላ
ጫማ

botas
ስኒከሮች

sandales

ነጠላ ጫማዎች

kurpes

ጫማዎች

gumijas zābaki

የዝናብ ቡትስ

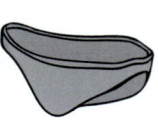

apakšbikses

ሙታንታ

krūšturis

ጡት መያዣ

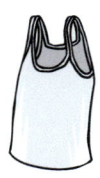

apakškrekls

ሰደርያ

bodijs

ሰዉነት

bikses

ሱሪዎች

džinsi

ጅንስ

svārki

ጉርድ ቀሚስ

blūze

ሸሚዝ

krekls

ሸሚዝ

pulovers

የሚጠለቅ ሹራብ

džemperis

ሹራብ

žakete

ዩኒፎርም ጃኬት

jaka

ጃኬት

mētelis

ኮት

lietus mētelis

የዝናብ ኮት

kostīms

ልብስ

kleita

ቀሚስ

kāzu kleita

የሙሽራ ቀሚስ

uzvalks

ሱፍ

naktskrekls

የለሊት ልብስ

pidžama

የለሊት ልብስ

sari

ረጅም ቀሚስ

lakats

ሂጃብ

turbāns

ጥምጣም

burka

ቡርቃ

kaftāns

ሸርጥ

abaja

አባያ

peldkostīms

የዋና ልብስ

peldbikses

አጭር ቁምጣ

šorti

ቁምጣዎች

treniņtērps

የስራ ቱታ

priekšauts

ሸርጥ

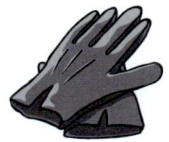

cimdi

ጓንት

poga

ቁልፍ

brilles

መነፅር

rokassprādze

አምባር

kaklarota

የአንገት ሀብል

gredzens

ቀለበት

auskars

የጆሮ ጌጥ

cepure

ኮፍያ

drēbju pakaramais

የኮት መስቀያ

platmale

ኮፍያ

kaklasaite

ክረቫት

rāvējslēdzējs

ዚፕ

ķivere

የብረት ቆብ

bikšturi

መደገፊያ

skolas forma

የትምህርት ቤት የደንብ ልብስ

uniforma

የደንብ ልብስ

priekšautiņš

መሃረብ

māneklis

የእንጀራ እናት ጡጦ

autiņbiksītes

ሽንት ጨርቅ

birojs

ቢሮ

serveris
ማሰራጫ ጣቢያ
dokumentu skapis
የፋይል መደርደሪያ ካቢኔ
printeris
የህትመት መሳሪያ
papīrs
ወረቀት
monitors
መቆጣጠሪያ
pele
ማዉዝ
rakstāmgalds
መፃፊያ ጠረጴዛ
dokumentu vāki
ማህደር
klaviatūra
የመፃፊ ቁልፎች
papīrgrozs
የቆሻሻ ወረቀት መጣያ ቅርጫት
dators
ኮምፒዉተር
krēsls
ወንበር

kafijas krūze

የቡና መጠጫ ትልቅ ኩባያ

kalkulators

ማስልያ ማሽን

internets

ኢንተርኔት

portatīvais dators

ላፕቶፕ

vēstule

ደብዳቤ

ziņa

መልዕክት

mobilais tālrunis

ተንቀሳቃሽ ስልክ

tīkls

የግንኙነት አዉታር

kopētājs

ማባዣ ማሽን

programmatūra

ሶፍትዌር

telefons

ስልክ

rozete

የግድግዳ ሶኬት

faksa aparāts

የፋክስ ማሽን

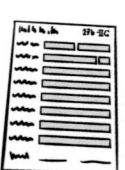

formulārs

ቅፅ

dokuments

ሰነድ

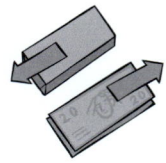

pirkt

መግዛት

samaksāt

መክፈል

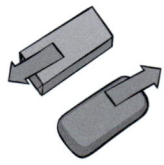

tirgot

መነገድ

nauda

ገንዘብ

dolārs

ዶላር

eiro

ዩሮ

jēna

የን

rublis

ሩብል

franks

የስዊዝ ፍራንክ

juaņa renminbi

ሬንሚንቢ ዩዋን

rūpija

ሩጲ

bankomāts

የገንዘብ ነጥብ

valūtas maiņas punkts

የዉጭ ገንዘብ ምንዛሪ ቢሮ

zelts

ወርቅ

sudrabs

ብር

nafta

ዘይት

enerģija

ሀይል ፤ ጉልበት

cena

ዋጋ

līgums

ግንኙነት

nodoklis

ቀረጥ

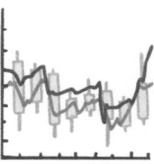

akcija

አክስዮን

strādāt

መስራት

darbinieks

ተቀጣሪ

darba devējs

ቀጣሪ

fabrika

ፋብሪካ

veikals

ሱቅ

policists
የፖሊስ አዛዥ

ugunsdzēsējs
የእሳት አደጋ ሰራተኛ

pavārs
ምግብ አብሳይ

ārsts
ዶክተር

pilots
አብራሪ

dārznieks

አትክልተኛ

galdnieks

አናጢ

šuvēja

ልብስ ሰፊ ሴት

tiesnesis

ዳኛ

ķīmiķis

ቀማሚ

aktieris

ተዋናይ

autobusa vadītājs

የአዉቶቢስ ሹፌር

taksometra vadītājs

የታክሲ ሹፌር

zvejnieks

አሳ አጥማጅ

apkopēja

ፅዳት ሰራተኛ

jumiķis

የጣራ ሰራተኛ

viesmīlis

አስተናጋጅ

mednieks

አዳኝ

gleznotājs

ሰዓሊ

maiznieks

ጋጋሪ

elektriķis

የኤሌትሪክ ሰራተኛ

celtnieks

ግምቢ

inženieris

መሃንዲስ

miesnieks

ልኳንዳ

skārdnieks

የቧንቧ ሰራተኛ

pastnieks

የፖስታ ሰራተኛ

karavīrs

ወታደር

arhitekts

መሃንዲስ

kasieris

የሒሳብ ሰራተኛ

florists

አበባ ሻጭ

frizieris

የፀጉር ሰራተኛ

konduktors

ቲኬት ቆራጭ

mehāniķis

መካኒክ

kapteinis

ካፒቴን

zobārsts

የጥርስ ሐኪም

zinātnieks

ተመራማሪ

rabīns

መምህር

imāms

የሙስሊም ሃይማኖታዊ መሪ

mūks

መነኩሴ

mācītājs

ካህን

instrumenti

መሳሪያዎች

knaibles
ተቆላፊ ጉጠት
āmurs
መዶሻ
skrūvgriezis
መፍቻ
uzgriežņu atslēga
የመሳሪ መፍቻ
kabatas lukturīti
ባትሪ

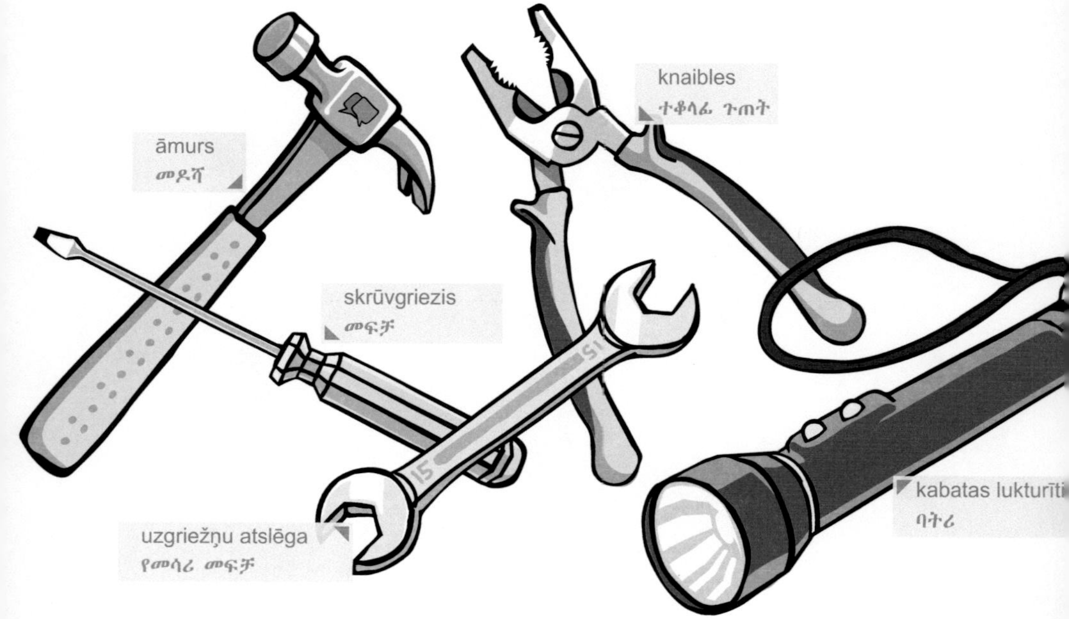

ekskavators

በቁፋሮ የሚዝቅ

instrumentu kaste

የመፍቻ ሳጥን

kāpnes

መሰላል

zāģis

መጋዝ

naglas

ምስማር

urbis

መሰርሰሪያ

remontēt

መጠገን

lāpsta

አካፋ

Velns!

የተረገመ!

liekšķere

ቆሻሻ ማፈሻ

krāsas bundža

የቀለም ቆርቆሮ

skrūves

ብሎን

mūzikas instrumenti

የሙዚቃ መሳሪያዎች

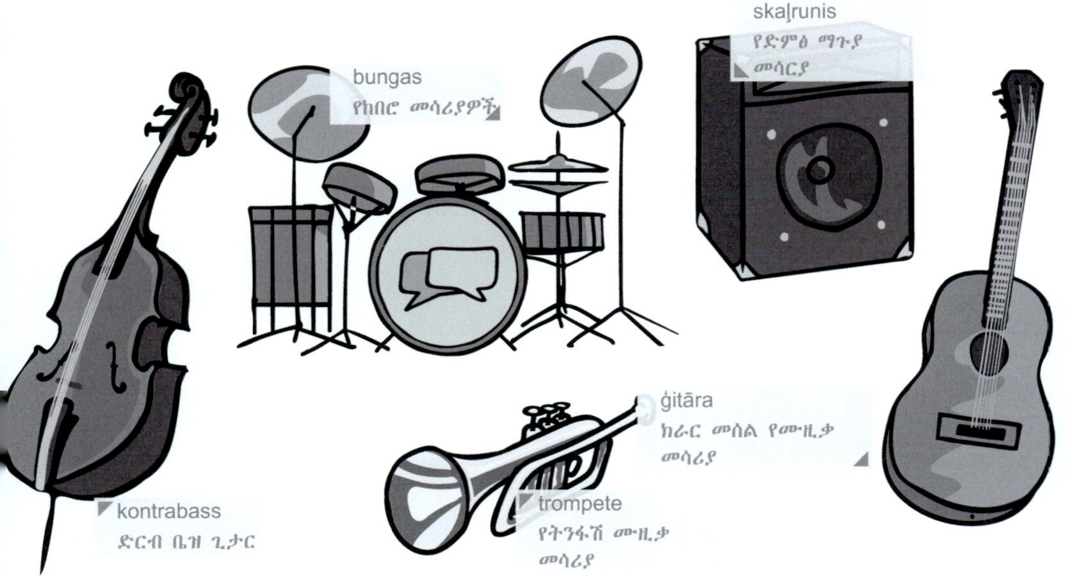

skaļrunis
የድምፅ ማጉያ መሳርያ
bungas
የከበሮ መሳሪያዎች
ģitāra
ክራር መሰል የሙዚቃ መሳሪያ
kontrabass
ድርብ ቤዝ ጊታር
trompete
የትንፋሽ ሙዚቃ መሳሪያ

klavieres

ፒያኖ

vijole

ቫዮሊን

bass

ወፍራም፤ ጎርናና ድምፅ ያለዉ
ክራር መሰል ሙዚቃ መሳሪያ

timpāni

ነጋሪት

bungas

ከበሮ

digitālās klavieres

በኤሌክትሪክ የሚሰራ ፒኖ

saksofons

የትንፋሽ ሙዚቃ መሳሪያ

flauta

ዋሽንት

mikrofons

የድምፅ ማጉያ

zooloģiskais dārzs

የደር እንስሳት ማቆያ

ieeja
መግቢያ
tīģeris
ነብር
būris
ሳጥን
zebra
የሜዳ አህያ
dzīvnieku barība
የእንስሳ ምግብ
panda
ትልቅ ድብ

dzīvnieki

እንስሳቶች

zilonis

ዝሆን

ķengurs

ካንጋሮ

degunradzis

አዉራሪስ

gorilla

ትልቅ ዝንጀሮ

lācis

ድብ

kamielis

ግመል

strauss

ሰጎን

lauva

አንበሳ

pērtiķis

ጦጣ

flamings

ቅልጥመ ረዥም ወፍ

papagailis

በቀቀን

polārlācis

የወዋልታ ድብ

pingvīns

የዋልታ ወፎች

haizivs

ረጅም ጥርሶች ያሉትአሳ ነባሪ

pāvs

ጣዎስ

čūska

እባብ

krokodils

አዞ

zoodārza sargs

የዱር አራዊት የሚጠበቁበት ማቆያን የሚጠብቅ

ronis

አሳ በሊታ የባህር እንስሳ

jaguārs

የዱር ድመት

ponijs

ድንክ ፈረስ

leopards

ነብር

nīlzirgs

ጉማሬ

žirafe

ቀጭኔ

ērglis

ንስር

meža cūka

ከርከሮ

zivs

አሳ

bruņurupucis

የባህር ኤሊ

valzirgs

የባህር አዉሬ

lapsa

ቀበሮ

gazele

የሜዳ ፍየል ፤ ሚዳቋ

sports

የስፖርት አይነቶች

amerikāņu futbols
የአሜሪካ እግርኳስ
riteņbraukšana
የብስክሌት ስፖርት
teniss
ቴኒስ
basketbols
የቅርጫት ኳስ
peldēšana
ዋና
bokss
የቡጢ ስፖርት
hokejs
የበረዶ ላይ የገና ጨዋታ

futbols

እግር ኳስ

badmintons

የላበ ኳስ ጨዋታ

vieglatlētika

አትሌቲክስ

rokas bumba

የእጅ ኳስ ስፖርት

slēpošana

የበረዶ መንሸራተት ስፖርት

polo

ፈረስ ግልቢያ

darbības

እንቅስቃሴዎች

smieties
መሳቅ
lēkt
መዝለል
apskaut
ማቀፍ
iet
መራመድ
dziedāt
መዘመር
sapņot
ህልም ማለም
lūgt
መፀለይ
skūpstīt
መሳም

rakstīt

መፃፍ

zīmēt

መሳል

rādīt

ማሳየት

spiest

መግፋት

dot

መስጠት

ņemt

መዉሰድ

būt

መያዝ

darīt

ማድረግ

būt

መሆን

stāvēt

መቆም

skriet

መሮጥ

vilkt

መሳብ

mest

መወርወር

krist

መዉደቅ

gulēt

መዋሸት

gaidīt

መጠበቅ

nest

መሸከም

sēdēt

መቀመጥ

uzģērbt

መልበስ

gulēt

መተኛት

pamosties

መንቃት

64 darbības - እንቅስቃሴዎች

skatīties

መመልከት

raudāt

ማለልቀስ

glāstīt

መጫር

ķemmēt

ማበጠር

runāt

ማዉራት

saprast

መረዳት

jautāt

ጥያቄ

dzirdēt

ማዳመጥ

dzert

መጠጣት

ēst

መብላት

sakārtot

ማንፃት

mīlēt

ማፍቀር

vārīt

ምግብ ማብሰል

braukt

መንዳት

lidot

መብረር

burot

መርከብ መንዳት

rēķināt

ቁጥሮችን ማስላት

lasīt

ማንበብ

mācīties

መማር

strādāt

መስራት

precēties

ማግባት

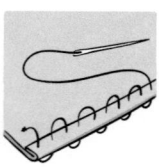

šūt

መስፋት

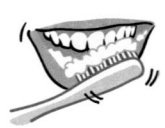

tīrīt zobus

ጥርስ መቦረሽ

nogalināt

መግደል

smēķēt

ማጨስ

sūtīt

መላክ

ģimene

ቤተሰብ

vecāmāte
የሴት አያት
vectēvs
የወንድ አያት
tēvs
አባት
māte
እናት
mazulis
ህፃን
meita
ሴት ልጅ
dēls
ወንድ ልጅ

viesis

እንግዳ

tante

አክስት

onkulis

አጎት

brālis

ወንድም

māsa

እህት

ķermenis

አካል

piere
ግንባር
acs
አይን
plecs
ትከሻ
pirksts
ጣት
seja
ፊት
zods
አገጭ
roka
እጅ
krūtis
ጡት
kāja
እግር
roka
ክንድ

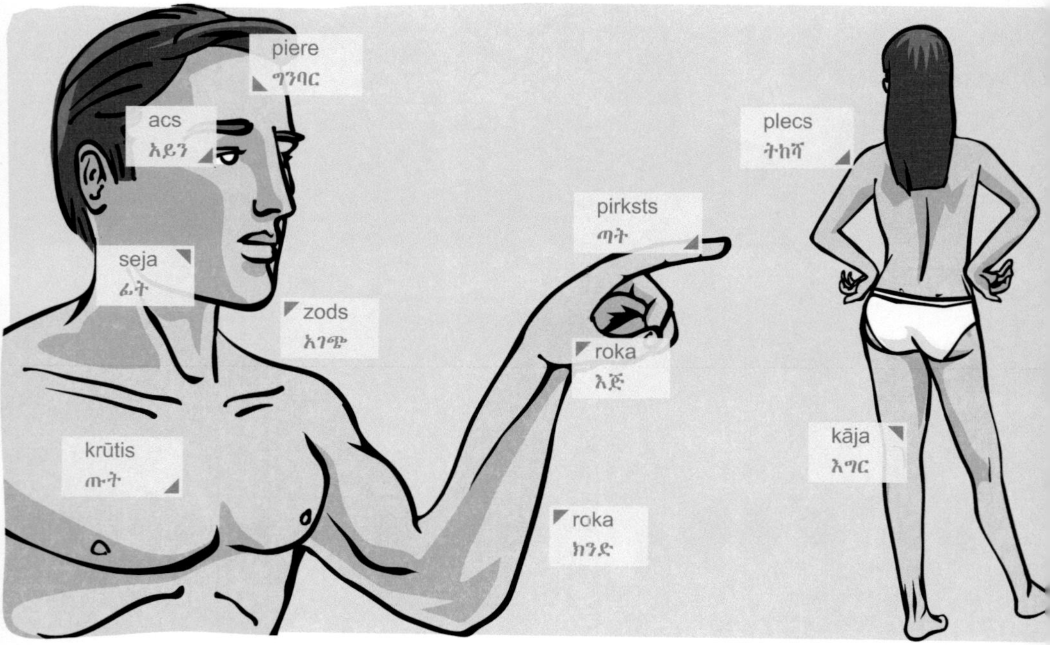

mazulis

ህፃን

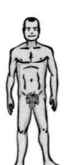

vīrietis

ሰዉ

sieviete

ሴት

meitene

ልጃገረድ

zēns

ወንድ ልጅ

galva

ራስ

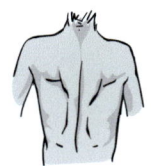

mugura

ጀርባ

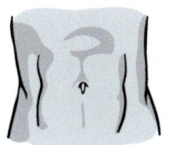

vēders

ሆድ

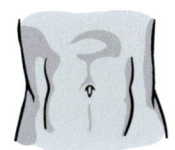

naba

እምብርት

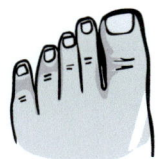

kājas pirksts

የእግር ጣት

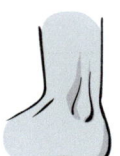

papēdis

ተረከዝ

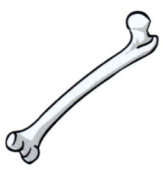

kauls

አጥንት

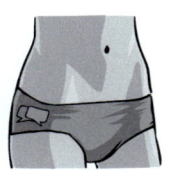

gurns

ዳሌ

celis

ጉልበት

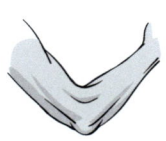

elkonis

ክርን

deguns

አፍንጫ

dibens

ቂጥ

āda

ቆዳ

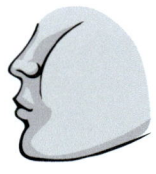

vaigs

ጉንጭ

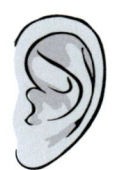

auss

ጆሮ

lūpa

ከንፈር

mute

አፍ

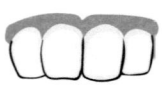

zobs

ጥርስ

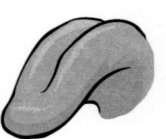

mēle

ምላስ

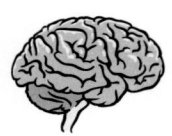

smadzenes

አንጎል

sirds

ልብ

muskulis

ጡንቻ

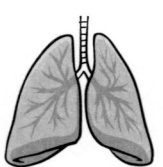

plaušas

ሳምባ

aknas

ጉበት

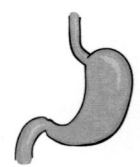

kuņģis

ሆድ

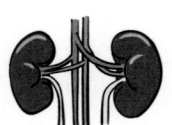

nieres

ኩላሊቶች

dzimumakts

የግብረስጋ ግንኙነት

kondoms

ኮንዶም

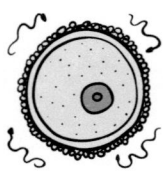

olšūna

የሴት እንቁላል

sperma

የዘር ፈሳሽ

grūtniecība

እርግዝና

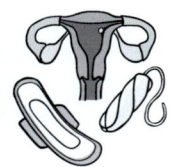

menstruācijas

የወር አበባ

vagīna

እምስ

penis

ቁላ

uzacs

ቅንድብ

mati

ፀጉር

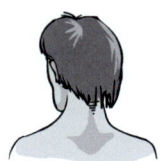

kakls

አንገት

slimnīca

ሆስፒታል

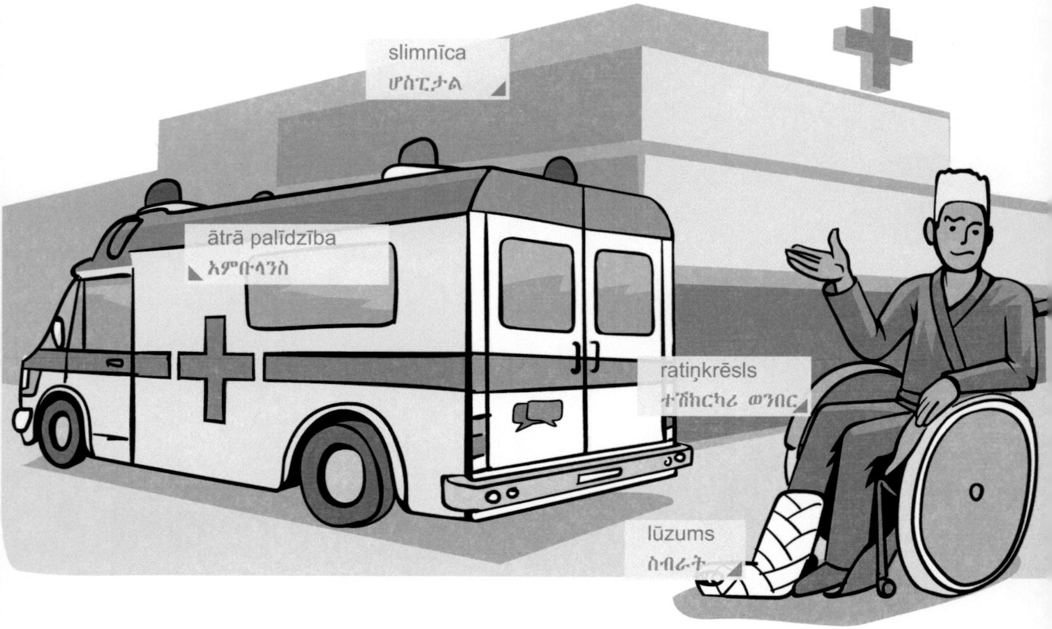

ātrā palīdzība
አምቡላንስ
ratiņkrēsls
ተሽከርካሪ ወንበር
lūzums
ስብራት

ārsts

ዶክተር

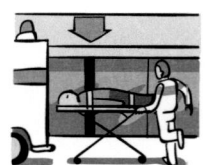

neatliekamās palīdzīɔas nodaļa

ድንገተኛ ክፍል

medmāsa

ነርስ

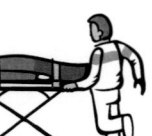

ārkārtas gadījums

ድንገተኛ

paģībis

ራስን መሳት/ አለማወቅ

sāpes

ህመም

ievainojums

ጉዳት

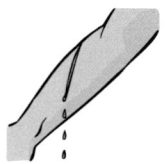

asiņošana

መድማት

sirdslēkme

የልብ ድካም

insults

ስትሮክ

alerģija

አለርጂ

klepus

ሳል

temperatūra

ትኩሳት

gripa

ኢንፍሉዌንዛ

caureja

ተቅማጥ

galvassāpes

የራስ ምታት

vēzis

ካንሰር

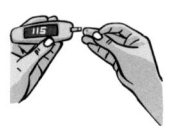

diabēts

የስኳር በሽታ

ķirurgs

ቀዶ ጠጋኝ ሐኪም

skalpelis

የቀዶ ጥገና ስለት

operācija

ቀዶ ጥገና

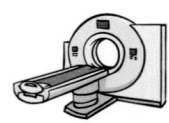

datortomogrāfija

ሲቲ

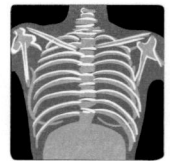

rentgents

ኤክስሬዮ

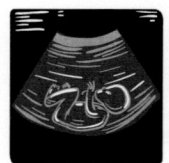

ultraskaņa

አልትራሳዉንድ

sejas maska

የፊት ጭምብል

slimība

በሽታ

uzgaidāmā telpa

መጠበቂያ ክፍል

kruķis

ምርኩዝ

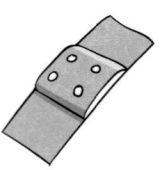

plāksteris

የቁስል ማሸጊያ

apsējs

ፋሻ

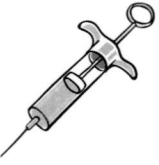

injekcija

መርፌ

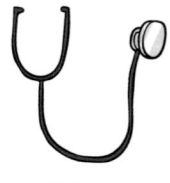

stetoskops

የልብ ምት ማዳመጫ መሳሪያ

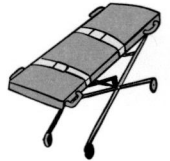

nestuves

የበሽተኛ አልጋ

termometrs

የህክምና ሙቀት መለኪያ መሳሪያ

dzemdības

መውለድ

liekais svars

ክልክ ያለፈ ክብደት

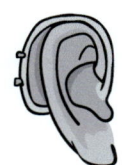

dzirdes aparāts

ለመስማት የሚረዳ መሳሪያ

dezinfekcijas līdzeklis

ፀረ ተባይ መድሀኒት

infekcija

ማመርቀዝ

vīruss

ቫይረስ

HIV / AIDS

ኤች አይቪ. ኤድስ

zāles

ህክምና

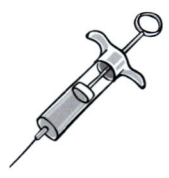

pote

ክትባት

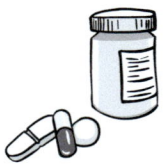

tabletes

ኪኒን

pretapaugļošanās tablete

ኪኒን

ārkārtas izsaukums

አስቸኳይ የስልክ ጥሪ

asinsspiediena mērītājs

ደም ግፊት መቆጣጠሪያ

slims / vesels

ህመም/ ጤንነት

ārkārtas gadījums

ድንገተኛ

Palīgā!

እርዳታ!

trauksme

ማንቂያ ደዉል

uzbrukums

ጥቃት

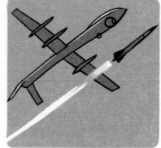

uzbrukums

ድብደባ

bīstamība

አደጋ

avārijas izeja

የድንገተኛ መዉጫ

Uguns!

እሳት!

ugunsdzēšamais aparāts

እሳት ማጥፊያ

negadījums

አደጋ

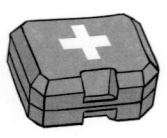

pirmās palīdzības aptieciņa

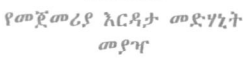

የመጀመሪያ እርዳታ መድሃኒት መያዣ

SOS

ነፍስ አድን

policija

ፖሊስ

Eiropa

አዉሮፓ

Ziemeļamerika

ሰሜን አሜሪካ

Dienvidamerika

ደቡብ አሜሪካ

Āfrika

አፍሪካ

Āzija

እስያ

Austrālija

አዉስትራሊያ

Atlantijas okeāns

አትላንቲክ

Klusais okeāns

ፓስፊክ

Indijas okeāns

የህንድ ዉቅያኖስ

Dienvidu okeāns

አንታርክቲክ ዉቅያኖስ

Ziemeļu ledus okeāns

አርክቲክ ዉቅያኖስ

Ziemeļpols

ሰሜን ዋልታ

Dienvidpols

ደቡብ ዋልታ

Antarktika

አንታርክቲካ

zeme

ምድር

zeme

መሬት

jūra

ባህር

sala

ደሴት

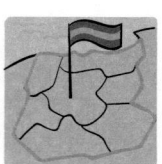

nācija

አገርና ህዝብ

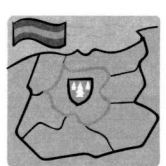

valsts

መንግስት

78

zeme - ምድር

pulkstenis

ሰዓት

ciparnīca

የሰዓት ገፅታ

stundu rādītājs

ሰዓት

minūšu rādītājs

ደቂቃ

sekunžu rādītājs

ሴኮንድ

Cik ir pulkstenis?

ስንት ሰዓት ነው?

diena

ቀን

laiks

ጊዜ

tagad

አሁን

digitālais pulkstenis

የቁጥር ሰዐት

minūte

ደቂቃ

stunda

ሰዓታት

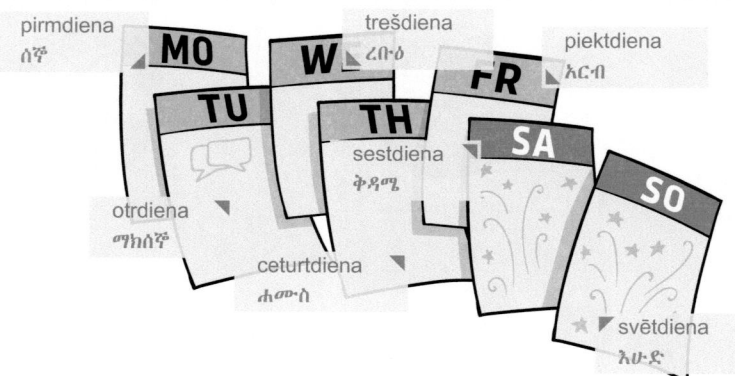

nedēļa

ሳምንት

pirmdiena
ሰኞ
otrdiena
ማክሰኞ
trešdiena
ረቡዕ
ceturtdiena
ሐሙስ
piektdiena
sestdiena
ቅዳሜ
svētdiena
እሁድ
MO
TU
W
TH
FR
SA
SO

1

vakardien

ትላንት

2

šodien

ዛሬ

rītdien

ነገ

rīts

ማለዳ

pusdienlaiks

ቀትር

vakars

ምሽት

MO TU WE TH FR SA SU
1 2 3 4 5 6 7
8 9 10 11 12 13 14
15 16 17 18 19 20 21
22 23 24 25 26 27 28
29 30 31 1 2 3 4

darbadienas

የስራ ቀናት

MO TU WE TH FR SA SU
1 2 3 4 5 6 7
8 9 10 11 12 13 14
15 16 17 18 19 20 21
22 23 24 25 26 27 28
29 30 31 1 2 3 4

brīvdienas

የዕረፍት ቀናት

gads

ዓመት

lietus
ዝናብ
varavīksne
ቀስተ ዳመና
sniegs
ጥጥ የሚመስል አመዳይ
በረዶ
pavasaris
ፀደይ
vasara
በጋ
rudens
መኸር
ziema
ክረምት

laika prognoze

የአየር ሁኔታ ትንበያ

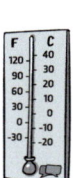

termometrs

የሙቀት መለኪያ

saules gaisma

የፀሀይ ሙቀት

mākonis

ደመና

migla

ጭጋግ

gaisa mitrums

እርጥበታማነት

zibens

መብረቅ

pērkons

ነጎድጓድ

vētra

አዉሎ ንፋስ

krusa

የበረዶ ዝናብ

musons

አዉሎ ንፋስ

plūdi

ጎርፍ

ledus

በረዶ

janvāris

ጥር

februāris

የካቲት

marts

መጋቢት

aprīlis

ሚያዚያ

maijs

ግንቦት

jūnijs

ሰኔ

jūlijs

ሐምሌ

augusts

ነሀሴ

septembris

መስከረም

oktobris

ጥቅምት

novembris

ህዳር

decembris

ታህሳስ

formas
ቅርፆች

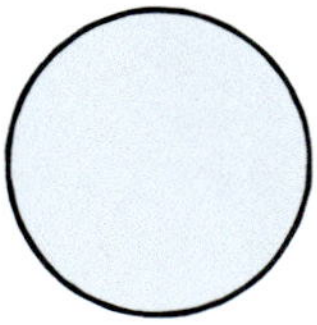

aplis

ክብ

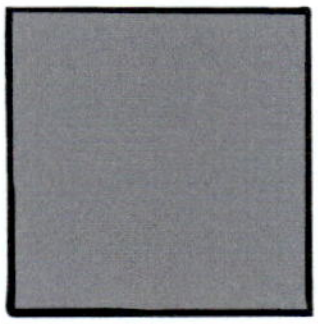

kvadrāts

አራት ማዕዘን

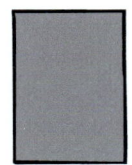

četrstūris

አራት ቀጥተኛ ማዕዘኖች ጎኖች ያሉት ቅርፅ

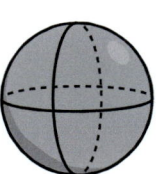

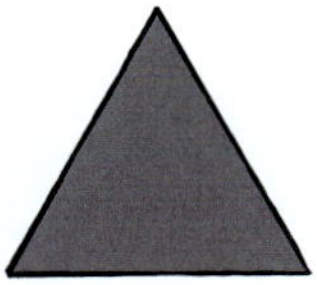

trīsstūris

ሶስት ማዕዘን

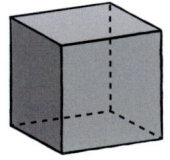

lode

ሉል

kubs

ስድስት ጎን ያለዉ ቅርፅ

krāsas

ቀለማት

balts

ነጭ

dzeltens

ቢጫ

oranžs

ብርቱካናማ

sārts

ሮዝ

sarkans

ቀይ

lillā

ወይን ጠጅ

zils

ሰማያዊ

zaļš

አረንጓዴ

brūns

ቡኒ

pelēks

ግራጫ

melns

ጥቁር

daudz / maz

ብዙ/ ጥቂት

saniknots / miermīlīgs

ንዴት/ እርጋታ

skaists / neglīts

ቆንጆ/ አስቀያሚ

sākums / beigas

ጅማሬ/ ፍፃሜ

liels / mazs

ትልቅ/ ትንሽ

gaišs / tumšs

ደማቅ/ ደብዛዛ

brālis / māsa

ወንድም/ እህት

tīrs / netīrs

ንፁህ/ ቆሻሻ

pilnīgs / nepilnīgs

የተሟላ/ ያልተሟላ

diena / nakts

ቀን/ ምሽት

miris / dzīvs

የሞተ/ ህያዉ

plats / šaurs

ሰፊ/ ጠባብ

baudāms / nebaudāms

የሚበላ/ የማይበላ

nikns / laipns

ክፉ/ ደግ

satraukts / garlaikots

ደስተኛ/ ድብርተኛ

resns / tievs

ወፍራም/ ቀጭን

pirmais /pēdējais

መጀመርያ/ መጨረሻ

draugs / ienaidnieks

ጓደኛ/ ጠላት

pilns / tukšs

ሙሉ/ ጎዶሎ

ciets / mīksts

ጠንካራ/ ለስላሳ

smags / viegls

ከባድ/ ቀላል

izsalkums / slāpes

ረሃብ/ ጥማት

slims / vesels

ህመም/ ጤንነት

nelegāls / legāls

ህገወጥ/ ህጋዊ

inteliģents / dumjš

ጎበዝ/ ደደብ

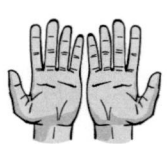

kreisais / labais

ግራ/ ቀኝ

tuvu / tālu

ቅርብ/ ሩቅ

pretstati - ተቃራኒዎች

jauns / lietots

አዲስ/ አሮጌ

nekas / kaut kas

ምንም/ የሆነ ነገር

vecs / jauns

ሽማግሌ/ ወጣት

ieslēgts / izslēgts

የበራ/ የጠፋ

atvērts / slēgts

ክፍት/ ዝግ

kluss / skaļš

ፀጥ ታ/ ጫጫ ታ

bagāts / nabags

ሃብ ታም/ ደሃ

pareizi / nepareizi

ትክክለኛ/ የተሳሳተ

raupjš / gluds

ሻካራ/ ለስላሳ

noskumis / laimīgs

ሐዘን/ ደስ ታ

īss / garš

አጭር/ ረዥም

lēns / ātrs

ዝግ ተኛ/ ፈጣን

slapjš / sauss

እርጥብ/ ደረቅ

silts / vēss

ሞቃት/ ቀዝቃዛ

karš / miers

ጦርነት/ ሰላም

skaitļi
ቁጥሮች

0

nulle

ዜሮ

1

viens

አንድ

2

divi

ሁለት

3

trīs

ሶስት

4

četri

አራት

5

pieci

አምስት

6

seši

ስድስት

7

septiņi

ሰባት

8

astoņi

ስምንት

9

deviņi

ዘጠኝ

10

desmit

አስር

11

vienpadsmit

አስራ አንድ

12

divpadsmit

አስራ ሁለት

13

trīspadsmit

አስራ ሶስት

14

četrpadsmit

አስራ አራት

15

piecpadsmit

አስራ አምስት

16

sešpadsmit

አስራ ስድስት

17

septiņpadsmit

አስራ ሰባት

18

astoņpadsmit

አስራ ሰስምንት

19

deviņpadsmit

አስራ ዘጠኝ

20

divdesmit

ሃያ

100

simts

መቶ

1.000

tūkstotis

ሺህ

1.000.000

miljons

ሚሊዮን

Valodas

ቋንቋዎች

angļu

እንግሊዝኛ

amerikāņu angļu

የአሜሪካ እንግሊዝኛ

ķīniešu mandarīnu valoda

የቻይና ማንዳሪን

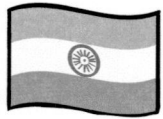

hindi

ሂንዱ

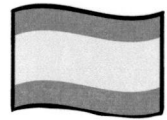

spāņu

ስፓኒሽ

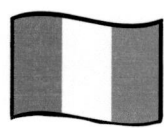

franču

ፍሬንች

arābu

አረብኛ

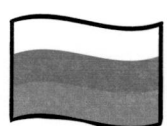

krievu

ራሺያኛ

portugāļu

ፖርቱጊዝ

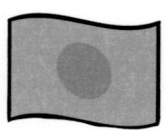

bengāļu

ቤንጋሊ

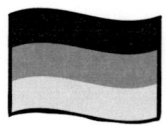

vācu

ጀርመን

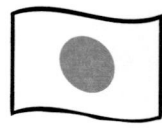

japāņu

ጃፓንኛ

kas / ko / kā

ማን/ ምን/ እንዴት

es

እኔ

tu

አንተ

viņš / viņa

እሱ/ እርሷ/ እቃዉ

mēs

እኛ

jūs

አንተ

viņi / viņas

እነርሱ

kas?

ማን?

ko?

ምን?

kā?

እንዴት?

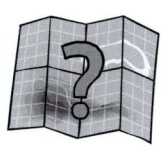

kur?

የት?

kad?

መቼ?

vārds

ስም

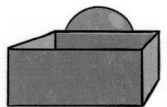

kur

የት

aiz

በስተጀርባ

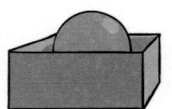

iekšā

ዉስጥ

priekšā

ከፊት ለፊት

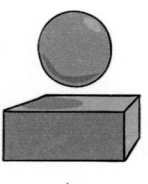

virs

ከላይ

uz

ላይ

zem

ከስር

blakus

አጠገብ

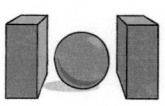

starp

መሃከል

vieta

ቦታ